ముసలమ్మ మరణము

కట్టమంచి రామలింగారెడ్డి

ముసలమ్మ మరణము											కట్టమంచి రామలింగారెడ్డి

ముసలమ్మ మరణము

మొదటికూర్పునకు ముఖపత్త్రము

చెన్నపురి క్రైస్తవకళాశాలకుం జేరిన శ్రీమదాంధ్రభాషాభిరంజనీ సమాజమునఁ దత్పోషకులగు రాజశ్రీ, సమర్థి రంగయ్యసెట్టిగారిచే నూతనముగ స్థాపింపఁబడిన బహుమానకావ్య పద్ధతి ననుసరించి ఈ కావ్యము రచియించితిని. ఇయ్యది పారితోషికమునకుఁ దగినదని యామోదించినందులకు వారి కనేక వందనము లర్పించుచున్నాఁడను.

ఒకానొక త్రిలింగదేశీయునిచే వ్రాయబఁడి బ్రౌన్ దొరగారిచేఁ బ్రకటింపఁబడిన 'అనంతపుర చరిత్రము' అను గ్రంథమునుండి యిందలి కథం గైకొంటిని. అయినను గొన్నియెడల రసాధిక్యమునకై నూతనకల్పనలు చేసినాఁడ.

అనంతపురమునకు సమీపమున బుక్కరాయ సముద్రము నేఁటికి ఉన్నది. ఆ యూరి చెఱువుకట్టకు 'ముసలమ్మకట్ట' యనియే పేరు. అచ్చట నేఁటేఁట జనులందఱుఁ బొంగళ్ళుపెట్టుచు ముసలమ్మను గ్రామదేవతగాఁ గొలుచుచున్నారు. ఆ పల్లెలో నీ విషయమైన శిలాశాసనమున్నదఁట. ఈ గ్రంథము రచియించుటకు బూర్వమే నాకీ సంగతులు తెలిసియుండిన నే నచ్చటికి బోయి సర్వమును జూచి తత్ ప్రదేశస్వభావవర్ణన మిక్కుటముగఁ జేసియుందును. అనంతపురములోఁ గొన్ని సంవత్సరములు నివసించిన నా మిత్రులగు నారాయణస్వామి నాయనగారి యింట నే నీపుస్తకమును జదివినప్పుడు వారే తద్గ్రామ సంబంధ విషయములం జెప్ప నా కపరిమితాశ్చర్యమైనది.

ఈ చిన్ని పొత్తము ముఖ్యముగా స్త్రీలకొఱకుఁ జేయబడినది. వారి కుపయుక్తముగా నొప్పినయెడల నా ప్రయాస సఫలతనొందినట్టే.

ఈ కార్యమును నేఁ జదువగా విని కొన్ని తప్పుల సవరించినందులకు బ్రహ్మశ్రీ, కొక్కొండ వెంకటరత్నము పంతులుగారికిని, ముద్రాపణకార్యమును నిర్వహించిన మామక మిత్రులగు కందుకూరు మల్లికార్జునాచారిగారికిని, వందనము లర్పించెదను. మఱియు నెన్నఁడు నన్నుఁజూచి యెఱుఁగనివారయ్యు మల్లికార్జునాచారిగారి ప్రేరణచే విశేష కాలవ్యయమున కోర్చి యీ గ్రంథమును శ్రద్ధతోఁ జదివి యనేక విషయములను సూచించిన దయాశాలురగు బ్రహ్మశ్రీ దుర్భా సుబ్రహ్మణ్యశర్మగారికి మత్కృతజ్ఞతాసూచక నమస్కారములు. పదిమందికిఁ దెలియునట్లు నివేదింపఁ దరుణమబ్బినందున కెంతయు సంతసంబయ్యెడి.

ఆర్యులారా! నేను నిశ్చయముగఁ బండితుఁడనుగాను. మరి పామరుఁడను. బాలుఁడను కావున, నిం దెవ్వియేని దోషములున్నఁ జూపి ననుంగృతార్థునిఁ జేయ మీ రెల్లరుఁ బ్రార్థితులు.

ఇట్లు విన్నవించు సకలజనవిధేయుఁడు, కట్టమంచి రామలింగారెడ్డి

మద్రాసు,

క్రైస్తవ కళాశాల మార్చి,

౧౯౦౦

ఉపక్రమణిక

క. శ్రీమత్కటుమంచీ పుర
ధామా! శుభనామ! దేవతాకోటి కిరీ
టామల పాదాంభోజా!
కామాక్షీ సహిత! సౌఖ్య కర! బాల్యేశా. 1

ఉ. శ్రీలఁ జెలంగు లోకముల సృష్టి యొనర్ప విరించియై, తగం
బాలన సేయ విష్ణువయి, వాని లయింపఁగ శూలపాణియై,
లీల సరస్వతిన్ గలిమి లేమను బార్వతిఁ గూడి వెల్గు ది
వ్యాలఘు శాంత తేజము జనౌఘమహార్తి హరించుఁ గావుతన్. 2

ఉ. శ్రీల నొసంగె యక్షున, కరిప్రకరంబుల భండనంబునం
గూలఁగ సేయఁ జక్రమిదె కొమ్మని శ్రీహరి కిచ్చె, నిచ్చె గౌ
రీ లలనా లలామకు శరీరము నం దొక యర్థ, మిచ్చె గో
పాలున కన్యభాగ, మిటు బాపురె సర్వముఁ గోలుపోయియున్. 3

గీ. సకల జగములకును సాక్షియై, కర్తయై,
విభుఁడు నై, శివుండు వెలుఁగుఁగాదె;
యిల్లు లేని వాని కెల్ల గృహమ్ములు
నొంత మయ్యె ననెడు సూక్తి దోఁప. 4

ఉ. ఏమనుజున్ దలంతు రిల నెల్లరు నేమియు లేని వాఁ డటం
చా మనుజుండ సర్వము సమగ్రము గాఁ గల వాఁ డటంచు నే

స్వామి నిజైక చర్య జనసంతతికిం బ్రకటించు, వాని, లో
కామల సద్గురుం, గొలుతు, నద్రిసుతాహృదయేశ్వరున్, హరున్. 5

సీ. అంచ తేజీ నెక్కి యలరు సామిని జేరి - చదువుల గొంతియై చాల వెలిఁగెఁ
జిలువల యెకిమీని సెజ్జఁ బండెడువాని - చెలువయై కలుముల చేడె యయ్యె
గిత్త తత్తడి రౌతు కేల్గేలఁ గీలించి - బుత్తి ముత్తుల నిచ్చు సత్తి యయ్యె
ముగురు సాములకు మొదలింటి వెలుఁగయి - యట్టిట్టి దనరాని యవ్వ యయ్యె

తే. నచలసంభూత, సదయ హృదంబుజాత - నిర్గుణోపేత, పరిపూర్ణ, నిత్యపూత,
వాఙ్మనోతీత, సుగుణసంపత్సమేత - పార్వతీమాత, మదభీష్ట వరము లీత. 6

క. అమ్మా! మీకృప నేఁ బ
ద్యమ్ముల రచియింపఁ గడఁగి, తప్పొప్పుల భా
రమ్మొడి గట్టెద మీ కన
యమ్మును నను బ్రోవ వమ్మ, మభవునికొమ్మా. 7

శా. ప్రాహ్ణంబందు నభంగశోణమయతన్ బ్రహ్మన్ విడంబించి, మ
ధ్యాహ్నంబందుఁ బ్రచండదీధితుల రుద్రప్రక్రియంబొల్చి, సా
యాహ్నంబందు ననంతశాంతత ననంతాధీశునిం బోలి, స
ర్వాహ్నంబుల్ వెలుఁగొందు భాస్కరుఁ ద్రిమూర్త్యాత్మ్ముం మదిన్నిల్పెదన్. 8

క. ఇలలో స్వచ్ఛందంబుగ
మొలచిన యే శాకమైన భుజియించి, తపం
బులు సల్పుచు దారుణ వన
ముల నుండెడు పెద్దలెంత పుణ్యాత్మకులో. 9

గీ. కవికులబ్రహ్మఁ దిక్కన గణన చేసి,
సూరనార్యుని భావంబు సొంపుఁ బొగడి,
వేమన మహాత్ము సహజ విద్యా మయాత్ము
మ్రొక్కి, కవన మొనర్పంగఁ బూని నాఁడ. 10

మ. తనరన్ రంగయ సెట్టిగారు కవితా ధారానుమోదాత్ములే
చిన రీవిం బహుమానకావ్యముల నీ శ్రీయాంధ్ర భాషాభిరం
జనినిం గోరిరి చేయ, నట్లగుట నస్మచ్ఛక్తికిం దీటుగా
నొనరింపంగఁ గడంగినాఁడ విహితప్రోత్సాహతన్ గబ్బమున్. 11

సీ. ఆ ప్రొద్దు కూటికి నమ్మరో యనుచుండు - నట్టి బీదల యింట నవతరించి
పాలివారందఱుఁ బగఁగొని యొనరించు - కుటిల కృత్యంబులఁ గ్రుంగకుండ
దైవంబునే నమ్మి దైవారెఁ దుదకు న్యా - యస్థానవాదియై యలరెఁ జాలఁ
గార్వేటి నగరాది గంభీర సంస్థాన - ములకెల్ల నొజ్జయై పూజ లందె

తే. నేకపత్నీవ్రతస్థుఁ, డహీనగుణుఁడు - శారదేందు ప్రభా తిరస్కార కీర్తి,
కట్టమంచి సుబ్రహ్మణ్య ఘనుఁ డతండు - తండ్రి గానొప్ప నెంతయుఁ దనరినాఁడ.
12

క. భారత భాగవ తోజ్జ్వల
వారిధి గత సార పద్య వరమణి చయమున్
హారముగఁ గూర్చె నెవఁడా
సూరిని మజ్జనకుఁ దలఁచి చూడుఁడు నన్నున్. 13

అంకితము

క. ఎవ్వఁడు ప్రియమిత్త్రుఁడు నా,
కెవ్వండు సమీపబంధుఁ, డెవని మొగము లే
న వ్వలర లేక చూడనొ,
యెవ్వఁడు విధి లేక విడిచి యేగెనొ దివికిన్. 14

క. అతఁడు రఘునాథా హ్వయుఁ
డాతత గుణశాలి, యతని కర్పించెద; హా!
వ్రాఁత! యదెట్లగు? నీకృతి
నాతని యాత్మకు నొసంగ నౌ; నింతియపో. 15

క. విస్తార హార సన్నిభ
నిస్తంద్ర యశో ధవళిత నీలగళ గళా!
శస్తాఖిల గుణ సహితా
ర్యస్తుత! రఘునాథరెడ్డి యాత్ముఁడ! వినుమా. 16

ముసలమ్మమరణము

క. శ్రీలాలిత వసుధా నా
రీ లలిత లలాట తిలక రీతిని ధన ధా
న్యాలిఁ బొలుచు నొక పల్లియ
చాలంగా బుక్కరాయసంద్రం బనఁగన్. 17

సీ. చెఱకుఁ దోఁటలఁ జొచ్చి కొఱికి పాడొనరించి - దొరలట్లఁ బోవు పందుల గణంబు,
సెంద్రకాయల కొఱ కేతెంచి గుంటిపై - మెక్కి కూసెడు గుంట నక్క గములు,
బడుగు బక్కలు గాక కడుపారఁ దిని పంది - గున్నలతో రాయు గొఱియ పిండుఁ,

బొలముల లేఁ బచ్చికల మేసి చియ్యచే - నిగనిగ లాడు గో నికరములునుఁ,

తే. గలకలారావములు మీరఁ గలిసి జొన్న - చేలపైవ్రాలు గువ్వల చెలువుఁ, గలిగి
పైరు పచ్చల నొప్పు నా పల్లె, చెఱువు - నిండి నీరంబు లొసఁగుచు నుండ
నెపుడు. 18

వ. ఆ యూరి చేరువ 19

మ. చలదుత్తుంగ మహోగ్రభంగపటలీ సంఘట్టనారావ, ము
జ్జ్వల కూలాగ్రనటత్తరంగవ, మంచన్మధ్యభాగ్భూమి భృ
త్కులసంపాతి మహోర్మికానికర నిర్ఘోషంబునుం, గూడఁగా
నలరున్ ఘోరసరస్సు దిగ్విదళన వ్యాపార పారీణమై 20

చ. కడవల ముంచి వంచిన ప్రకారము, మన్నును, మిన్ను నేక మ
య్యెడు గతి, రేవగల్లు నొకటే విధమొప్పఁగ, నాకసంబు తూఁ
టిడెనొ యనంగ, బల్పిడుగు లెక్కడఁజూచిన రాలుచుండఁగా
సుడిగొని గాలియున్ విసర, జోరని వాన లొకప్డు వచ్చినన్ 21

శా. ఆ లాగుంగని రెడ్లు రైతులును దా మాలోచనల్ చేసి "యే
కాలం బందును నిట్టి వానల వినం గానంగ లేదెవ్వరున్
ఏలాగో మన మేమి చేయఁగల" మం చెంతేని భక్తిన్ వడిం
"బోలేరమ్మకుఁ బొంగలో" యనుచు సమ్మోదించి చాటించినన్ 22

క. నల్లని కోళ్లను బొట్టే
ళ్ళెల్లరుఁ గొని మగలఁగూడి యే తెంచిరి యా

పల్లియ కొమ్మలు మిక్కిలి
జిల్లను నా గాలి తనులు చిలచిల వడఁకన్ 23

క. వొంగళ్లు దిగిన తోడనె
రంగుగ బలులిచ్చి, పళ్ళెరమ్ముల తళియల్
వొంగారఁగఁ, బూజారు ల
నంగారిశుభాంగి వర్ణనల్ చేసిరొగిన్ 24

క. కరిముఖ విశాఖ చండీ
శ్వరభైరవ వీరభద్ర భవ్య కిరీట
స్ఫుర దురు మణిగణ తేజో
భరభాసిత దివ్యపాదపద్మా! కాళీ! 25

గీ. తల్లి! నీకుఁ గోటి దండంబు లర్పించి
భక్తి విన్నవించు వార మమ్మ
యాలకించి వేగ నాదరింపుము మమ్ము
జాగు సేయుట కిది సమయ మౌనె? 26

ఉ. ఇంతకొ యింకఁ గొంతకొ యహీనతరంగ భుజాగ్ర దర్పదు
ర్దాంతతఁ గట్టఁ ద్రెంచి, పటుదంత విఘుర్ణణపీడ మానసా
క్రాంతమహోగ్రకోపశిఖి గల్లు నురుంగు మొగంబు నిండఁగా,
సంతత సింహనాదము విశాల వికార శరీరముం దగన్ 27

గీ. రక్కసుని మాడ్కి మమ్మెల్ల నొక్క గ్రుక్క
గొనఁగ మారి మసంగి నట్లెనసివచ్చు

నీ చెఱువు బారినుండి మమ్మెల్ల నెట్లు
శుభముగా నేలుకొందువో చూడవలయు 28

క. అమ్మా! నేఁటివఱకు మము
మ్మమ్మరమగు కూర్మిఁ బెనిచి మురిపెంబఱ నేఁ
డిమ్మాడ్కిఁ జెఱువు వాతం
జిమ్మఁగ మనసెట్లు వచ్చుఁ జెప్పుము తల్లీ! 29

వ. అనునంత నాకాశవాణి 30

క. బసిరెడ్డికిఁ గడ కోడలు
ముసలమ్మ యనంగనొప్పు పుణ్యాంగన తా
పెస బలిగాఁ బోయిన మీ
కిసుమంతయుఁ గష్టమెన్నఁడేలా కలుగు\న్? 31

క. అని తెగ నాడిన మాటలు
విని విస్మయశోకతాపభృత భావముతో
మనములఁ బొంగిన దుఃఖము
కనుల వెడలె ననఁగ నశ్రుకణము లొలుకఁగాన్ 32

క. మన మొండు తలఁప దైవం
బున కామోదంబు లేక పోయెనుగద! బా
విని ద్రవ్వఁ బోవ లేచెం
బెను భూతం బనెడు మాట విశదం బయ్యెన్ 33

క. సుదతీమణి, కడుమెత్తని
హృదయంబును గలది, పసిది, యేమియెఱుఁగ, దా
పదలం బడ దెన్నండును,
హృదయేశుని విడిచిపోవ నెట్లోపునొకో 34

వ. అనుచు వగచు జనంబులతోఁ గొందఱు గద్గద కంఠంబున నిట్లనిరి. 35

క. హృదయముల వగలు నెగయఁగ
నిది యేమిటి? పెట్టికూఁత లేలాకూయ\న్?
మది నుబ్బి నీరి కుఱకక
పదివేల విధాలఁజెప్ప బాల నిలుచునే! 36

చ. గుడిసెల మూఁటిఁ బీఁకికొని కొండొక చోటికిఁబోదమన్న "నీ
యెడ విడనాడమీకుఁదగునే" యని పల్కదెయాపె? యయ్యయో
చెడెఁజెడెఁ గార్య; మూరఁగలచెల్వము మాసెను; ముల్లుదీసి కొ
ఱ్ఱడిచెను గాదె దేవి? యిఁక నయ్యెడు శోకము చెప్పఁదీరునే! 37

సీ. లేఁగ మై నాకుచు లీలమై మెడ మలం - చిన గోవుఁబిండెడు వనరుహాక్షి
బొండుమల్లెలతోఁటఁ బువ్వులు గోయుచు - వనలక్ష్మి యననొప్పు వనజగంధి
బీదసాదలనెల్ల నాదరించుచుఁ గూడు - గడుపారఁ బెట్టెడు కన్నతల్లి
వ్యాధిబాధల నెవరైన నడల ఱెప్ప - వేయక కాచెడు వినుతచరిత

గీ. బిడ్డలెల్లరుఁ దమవారి విడిచిచేరఁ - జంక నిడికొని ముద్దాడు సదయహృదయ
అమ్మ! నీకిట్లు వ్రాయంగనౌనె బ్రహ్మ - కనుచు నూరివారందఱు నడలియడిలి. 38

సీ. అత్తమ్మకొంగు నన్వహము బట్టికొని తా - తిరుగుచుండును బిడ్డకరణి బాల

తనవారు పెఱవార లను భేదమేలేదు - హృదయ మన్ననో యప్పుడెత్తువెన్న

యేవేళఁ జూచిన నెలనవ్వులేకాని - చిడిమిడి పడ దెంత యుడుకు లున్నఁ

దనముద్దుమోముఁ జూచినఁజాలు హృదయ తా - పంబెల్ల నప్పుడె పాఱిపోవు

తే. నహహ! మామపైఁగలభక్తి, యాత్మవిభుని - మీఁదిఁ మక్కువ, మఱఁదుల

మీఁదికూర్మి,

ప్రజలమీఁది వాత్సల్యంబు, బ్రహ్మకైనఁ - జూప శక్యమే వేఱొక్క సుదతియందు. 39

చ. అదియును గాక ఈమె మగఁడాత్మ సహోదరుఁడట్ల మమ్ముఁజూ

చు; దినముతప్ప నేనియును సువ్రతనెన్నఁడు బాయఁ; డాతఁడిం

కఁదనమనంబు శోకశిఖి కాఱియ పెట్టఁగ గుండె చీలఁగా

మదికొకటైనఁ దోఁప కతిమౌనముతో నొకమూలఁజేరఁడే? 40

చ. అహరహమున్ దదుజ్జ్వల కరాబ్జకృతాఖిల సౌఖ్యపాలికా

సహితుఁడు, తన్మనోవిభుఁడు, చంద్రముఖిన్ గులకాంతఁబాసి దు

స్సహతర దుఃఖ హవ్యవహ చండతరోగ్ర శిఖాపరంపరం

బహువిధబాధలం బొరల, వానిఁ గనుంగొను టెట్లొ యీశ్వరా! 41

వ. అనుచు సమస్త జనంబులుఁ బురపురఁ బొక్కు సమయంబున 42

గీ. తనకుఁ గడుఁగూర్చు ప్రజలకై తాను వేగఁ

బ్రాణముల్ వీడ సంతసపడియు బాల

మగని నత్తను మామను మఱఁదుల మఱిఁ

గలజనమ్ముల విడిచిపోఁ గాళ్లురాక, 43

క. లేనగవును గన్నీళ్ళును
గా, నెద తటతటయనంగఁ గాంతుని యెదుటన్
వానయు నెండయుఁ గలసెడు
చో నొప్పెడు నభమనంగ, సుందరి నిలిచెన్. 44

వ. నిలిచిన నతండు వచ్చిన కార్యమేమని యడుగుటయు, 45

చ. అసమచరిత్ర! భూమి, జలమందును, నగ్నిని, గాలిలోన, నా
కసమున, మీకు గోచరము కానివిలే; వయినన్ మదీయమా
నసమును నేన చెప్పఁగ వినం గడు వేడుకపుట్టెనొక్కొ మీ
కు? సతుల మాటల న్వినఁగఁ గోరుట భర్తల రీతియే గదా! 46

క. అని, పూస గ్రుచ్చినట్లుగ
వనితామణి దెలిపె దేవి వార్తలరీతిన్,
జనముల కష్టము చందమున్
దన పూన్కి తెఱంగు, వినయ తత్పరమతియై. 47

వ. పిట్ట పిడుగున్నట్టుండి శ్రవణరంధ్రంబుల విదారించిన వడువునఁ
గర్ణకఠోరంబులై, నిజమృదులతర హృదయ పుటవిభేదనకారణంబులగు
మార్గణంబులై, వీతెంచిన యాయోషామణి భాషణంబులచేఁ దన మనంబు
తామరపాకునందలి జలబిందువుం బలె నల్లలనాడ, నుల్లంబు జల్లన,
మూర్ఛవోయి, కళదేఱి, యన్నిటికి నీశ్వరుండు గలండని ధృతివహించి,

దీర్ఘనిశ్వాసపూరిత ముఖుండయ్యును, చలింపని యెలుంగేర్పడ నతండిట్లనియె. 48

గీ. ఎంతమంచి మాటలు పల్కితేమిచెప్ప!
యింత కఠినచిత్తము నీకు నెట్లుకలిగె?
తెలిసి తెలిసి నన్నిట్టులు పలుకఁ దగునె?
పడఁతి! నీవు లేకున్న నే బ్రతుకఁ గలనె? 49

క. నినుమాని నిముస మేనియు
వనజానన! యుండఁగలనె? ప్రతిన సెఱపఁగన్
జనఁదలఁచితేని, నన్నున్
గొనిపో నీవెంట, నిపుడ గోరిక వత్తున్. 50

క. అది గాని నాఁడు, సీమ
మ్మొదవఁగ నీయూరు విడిచి యొండొక యెడకే
గుద మది మేలుగదా మన
కుఁదగన్ గాఁపులను గూడి గొబ్బునఁ దరుణీ! 51

గీ. నోరునొవ్వఁ బల్కఁగనేల? సారసాక్షి
వినుము ననుఁ జంపినను నీకు ననువుగాఁగ
నాజ్ఞయొసఁగ నేనొసఁగ; నీవలుగ వలవ
దింతి నాముద్దు చెల్లింపవేని విడువ. 52

వ. అనిన నయ్యింతి చింతాక్రాంతయై, "కట్టా! యెట్టిమాటల విననయ్యెఁ!
బ్రాణేశ్వరుని పలుకులు వినవిన బాలసూర్యోదయమ్మున విఱుగుమంచువోలె

మన్మనోనిశ్చయము కరుగుచున్నది. ఇక నీశ్వరుఁడే నా హృదయమున ధృతినూరఁ జేయుచుండవలయు" నని చింతించి, ధైర్యం బవలంబించి, యా శుకవాణి తిన్నని యెలుంగేర్పడ నించుక కఠినంబుగా నిట్లు మందలించె. 53

గీ. ఎఱిఁగి యెఱిఁగి మీర లీరీతి వాక్రువ్వ
సంతసించితిరి ప్రశస్తభంగి!
మిమ్ముఁ జెప్పనేల? మీఱి నేనొడిఁ గట్టి
కొన్న పాపఫలముఁ గుడువకగునె? 54

ఉ. పెద్దలనాఁటినుండి కడు పేడ్కవసించిన యిండ్లవీడుటల్
వృద్ధులఁ దల్లిదండ్రులను వీధినిడించి చనంగఁ జూచుటల్
ముద్దుల సోదరుల్ వగవ మోదముతో సతిఁగూడి పోవుటల్
గద్దఱికంబొ కాదొ మదిఁ గాంచుఁడు పేఱుగఁ జెప్ప నేటికిన్. 55

శా. హేయంబైన ప్రపంచసౌఖ్యములు మిమ్మేలాగునంగట్టె? నా
థా! యత్యద్భుతమయ్యె; సంతతము నేదైవంబుగాఁ గొల్చు మీ
రే యిట్లాడిన నేమిచెప్పనగు? నన్నీసారికిం "బోయిరా
పే" యంచుందయఁ బంపవే; గుణనిధీ! యేనిన్నుఁ బ్రార్థించెదన్. 56

వ. అని పెడపెడ శంకవొడమ పెండియు నిట్లనియె. 57

క. ఇది తగు నిది తగదని మీ
కుఁ దెలుప రాలేదు నేను గ్రొవ్వి మహాత్మా!

మది మీకుఁ గోపమయ్యెడు
నదియైన నెఱుంగఁ జేయుఁ డణఁగెద నింతన్. 58

క. అనినం జిఱునవ్వానన
మున మొల కెత్తంగ నతఁడు వోలును నీకి
ట్లనఁ బల్లంతైనను నిను
వనజానన! యెన్నఁడైన వారించితినే? 59

వ. అని సకరుణంబుగాఁ బలికిన నబ్బాలయుఁ బ్రత్యుత్తరంబునకొక లేనవ్వుఁ బ్రచురించి యిట్లనియె. తాతముత్తాతలనుండి తర తరంబుగ వచ్చిన యిండ్లు వాకిండ్లు విడువఁబాడికాదు. అట్లు కాదని విడిచిపోయినను మేలులేదు. 60

గీ. తిండియెట్టులు? నీళ్లెట్లు? తిరిపమునకు
నమ్మరో యని యిల్లిల్లు నరుగఁ గలరె?
ఎవ్వరిత్తురు నేల? మీకెట్టు లిండ్లు?
చావరే పసిబిడ్డ లీసంకటముల? 61

క. నిలిచిన వారును దుఃఖం
బుల మునుఁగరే? యాకలముల భుజియింతురే? వా
రల కేలా యీ యిడుములు
లలితంబుగఁ బంపుఁడునను లాభము కలుగున్. 62

క. కుడువను గట్టను దొరకక
కడు వగలం బొగలు జనులఁ గాంచెదవా? యీ

పుడమికి భారంబగు న

న్విడనాడఁ దలంతువా? వివేకనిధానా! 63

వ. మఱియు దేవా! భవత్కృత పద్యంబులు కొన్నిగలవు. అవధరింపవలయు. 64

గీ. తనకు దేవుఁ డిచ్చిన శక్తికనుగుణముగ

నన్నదమ్ములు నాఁదగు నఖిలజనుల

కలఁక సేనాఁడు దీర్పంగఁ దలఁపఁడేని

పుట్టనేల నరుఁడు మఱి గిట్టనేల? 65

క. జనులకు మేలొనరింపని

తనువేలా? కాల్పఁదగదొ? తానొక్కండై

తన వార లడల నేలా

గునఁ దలయెత్తికొని తిరుఁగ గూడు నరునకు\న్? 66

వ. అని మఱియు. 67

గీ. మీరు కన్నారఁ జూచుచు గారవింపఁ

గన్ను మూసికొనుట నాకు ఘనము కాదొ?

తమకుఁ దమభార్య యిటుచేసెఁదగుఁదగునని

యెల్ల వారును వర్ణింప నింపుకాదొ? 68

వ. కావున నాథా! ప్రసాద బుద్ధిం దేఱిచూడవేయని విన్నవించిన నా సన్నుతాంగిఁ

గాంచి యతండిట్లనియె. 69

క. జనకుల నన్నుల విడువం
జనదనియును, నూరు విడువఁ జనదనియును, నా
కెనయం దెల్పితివి గదా
వనజానన! సతిని విడువ వచ్చునె చెపుమా. 70

వ. అని యుల్లసమాడి యొక్కింత చింతించి యిట్లనియె. 71

గీ. నీవు చెప్పినదెల్లను నిక్కువంబ
యయిన మనమున కారాట మయ్యెఁ దరుణి
యింతయే కాని యచ్చెరు వింతలేదు
మున్ను తలఁచినదే నేఁడు మొనసెఁ గాన. 72

క. విను ఇచ్చకంబులాడను;
జను లెల్లరు నాడుకొనెడు సంగతి; మాకం
టెను నీవు నూఱు మడుఁగులు
ఘనతరవని బుద్ధి భక్తిఁ గారుణ్యములన్. 73

క. తెలియును నాకునునీవ
న్యులఁబోల వనియును, గొప్ప యొప్పిదములకున్
నెలవ వనియు, నే నీకుం
జలజానన తగననియును సత్యము గాఁగన్. 74

సీ. అరుణోదయ చ్ఛాయ లాకాశ పథమున - నంభోధరముల పేటాడువేళ
మార్తాండ చండాత పార్తికి ననిలముల్ - పొదరిండ్ల గుసగుసల్ వోవువేళ

సాయాహ్నలక్ష్మి కసూయ కలుగు భూమి - తళుకు విరుల చీరఁ దాల్చువేళఁ
బండువెన్నెల ఱేఁడు కొండపైజలజల - మని పాఱు నది తాన మాడువేళఁ

తే. గల మనోహరాకృతులెల్లఁ గాంచి నీవు - చొక్కి మ్రొక్కు నిక్కుం గాంచి "యొక్కనాఁడు
మమ్ము మోసపుత్తు" వటంచు మదికి నప్పు - డపుడు దోఁచు; నయ్యది నిజ మయ్యెనేఁడు. 75

వ. అనుచుఁ జెప్పుచుఁ బోవుచుండు బ్రాణకాంతునిఁ గాంచి, యయ్యో నేఁడెట్టి వియోగంబు కల్పింపఁబడె నని చింతించి, మనసున గట్టి పఱచుకొని, లేని కోపంబు మొగంబున మెఱుంగుఁదీఁగవలె వచ్చుచుఁ బోవుచుండ మందహాసకందళితసుందరవదనార విందయై యా సుందరి యిట్లని మందలించె. 76

గీ. చిఱుతనుండి మిమ్ము సేవించుటయకాని
నోరు తెఱచి యడుగ నేరనెద్ది
"యేమి యడుగ" వనుచు నెన్నియోమార్లు మీ
రలుకఁ గొంటి; రిప్పు డడుగ, నీరు. 77

గీ. అనుచుఁ జిఱునవ్వు నవ్వి, యాతని కరంబు
గేలఁ గీలించి, పెదవికి లీలనెత్తి,
"పలు పలుకులేక నేఁటోయి వత్తు" ననిన
మౌనముగనుండె నాతండు మాఱులేక. 78

వ. అంత నక్కాంతయు నయ్యది యాజ్ఞగాఁగొని, యంతకుఁ బూర్వమే యచ్చోటికి వచ్చి ప్రతిమలవలె నిలచి వినుచున్న యత్తమామ లకు మ్రొక్కి, మీ కుమారుని వచనంబులు వింటిరిగాదె మీ చేత ననుజ్ఞాతనైకదా పోయిరావలయును? ననినఁ గుములుచుండిన శోకాగ్ని గుప్పున ప్రజ్వరిల్ల వార లిట్లనిరి. 79

శా. కట్టా! యక్కటికంబు లేక మముఁ జక్కంజేయ మాప్రాణమౌ
పట్టిం గట్టిఁడి రీతి బాల్యముననే పాపఁ బ్రయత్నించితీ
వెట్టూ? యేఁట నొసంగు పొంగళుల నీ వేలాగునన్ మ్రింగితీ?
వెట్టూ నేఁటికి నెత్తిజాయి వయితీ? వేమందుమో దైవమా! 80

వ. అని తమ కోడలి నుద్దేశించి. 81

గీ. చీకు ముసలి వారి చేయి విడనాడ నీ
కెట్లు మనసు వచ్చె? నేమి చెప్ప
భక్తి మాకు నింకఁ బరిచర్య సేయు వా
రెవరు? చెప్పు మాకు నేది గతియొ? 82

గీ. కనులు లేని మాకుఁ గన్నును నూఁతకో
లయును నీవ మా తనయులకంటెఁ
గూర్తు మాకు ముద్దుకోడలా! నీవు లే
నట్టి యిల్లునిల్లె? యడవిగాక. 83

వ. అనుచు. 84

చ. వెడవెడబాష్పముల్ గురియు వృద్ధజనంబులఁ గాంచి యెల్లరుం

గడుపున గంపెఁ డగ్నిపడి గాసి యొనర్చినభంగి నేడ్వఁగాఁ
దడఁబడ మానసంబు వనితామణిదైవమ యేమి చేయుదున్
గడుఁబసినాఁటఁగోలె ననుఁ గాచిన వీరిని నెట్లు వీడుదున్. 85

క. పుట్టియుఁ బుట్టక మున్నే
కట్టిఁడి గతి జనని జనకుఁ గ్రమమున దైవం
బట్టే మ్రింగినఁ దమ సుత
నట్టుల ననుఁ బెంచిరి గద యగునే విడువన్. 86

గీ. అయిన నాచేయు కార్య మీ యఖిలమైన
వారికిని, వీరికిని, శుభం బారఁజేయు
వీరికై విడువక మేను పెంచి పెంచి
యేమి చేయంగఁ బ్రొయిలోన నిడనెయంచు. 87

వ. తలపోసి, తిన్నని యెలుంగేర్పడ నయ్యిందువదన యిట్లని విన్నవించె. 88

గీ. కొడుకులెల్లరు రాములు, పుడమి తనయ
లెల్ల కోడండ్రుఁ, దక్కువ యేమి మీకు?
ఱెప్ప లకులఁబోలె మిమ్మెప్పగిదిని
అహరహమ్మును సేవింతు; రడల నేల? 89

వ. అని వెండియు. 90

ఉ. తల్లియుఁ దండ్రియున్ గురువు దైవము లెల్లరు మీర; మీరలే

చెల్లఁగనియ్యరేని యిఁకఁ జెల్లునెనాదగు పూన్కి యెచ్చటన్?
గల్లయొ సత్యమో యెఱుఁగ; గణ్యతఁదత్త్వముఁ దెల్పువేళమే
నెల్లఁ బరోపకారమునకే యనిపల్కితి; రట్లు చేసెదన్. 91

సీ. అనవిని మామ యిట్లను నమ్మ నిను దూఱ - నెంచిన వాఁడఁ గా నేను వినుము
నీ వెఱుంగని దేది నే నెఱుంగుదునమ్మ - నీ యిచ్చ వచ్చినట్లే యొనర్పు
మనుచు దుఃఖమ్మున నాననమ్మును వాంచి - యొండు వలను చూచుచుండెనంత
నత్తగా రడలుచు నల్లన ముద్దిడి - పోయిరమ్మని పల్కఁబువ్వుఁబోణి

తే. హృదయమున నగ్గలంబగు ప్రీతి మెఱయఁ - దనదు చిన్నారి పొన్నారి తనయుఁ దేరఁ
బనిచి కన్నుల నొక క్రొత్త ప్రభ సెలంగఁ - జంక నిడికొని ముద్దాడి, జాలిదోఁప. 92

గీ. అన్న పోర; నీకు నమ్మ యెక్కడిదింక?
తండ్రిగారిఁ గూడి తనరు మయ్య;
నన్నుఁ దలఁచి తలఁచి నాయనా యడలంగ
వలదు; పోయివత్తుఁబంపు తండ్రి! 93

మ. అనుచున్ బిడ్డనిఁ గౌఁగిలించి తమి మూర్ధాఘ్రాణముం జేసి, యొ
య్యన, భద్రంబని ప్రాణనాథునికిఁ దానర్పించి యర్పించుచోఁ
దనకుం బట్టక వచ్చు బాష్పముల నాతం డేడలక్షించియే
డ్చునొయంచానన మొండుదిక్కునకు నాశోభాంగిచేర్చెన్వడిన్. 94

వ. అంత మర్యాద తోఁప, గొంత దవ్వుల నున్న జన సంఘమ్ము నుపలక్షించి. 95

గీ. అన్నలార! మిమ్ము నడిగెద నొక చిన్న
వరముఁ దప్పకుండఁ బడయఁ గోరి,
కాదు గీదటంచు వాదుసేయక, గొప్ప
బుద్ధిచేసి యిచ్చి ప్రోవరయ్య. 96

క. నను గాఢంబగు రాగం
బునఁ, గాంచిన బిడ్డఁబోలెఁ బ్రోచిన మీకున్
పెనుకష్టము వచ్చెను, మీ
ఋణమిప్పుడు తీర్ప బుద్ధి కెంతయుఁ దోఁచెన్. 97

చ. అని మఱుమాటలాడక నిజానన ముర్వికి వంచి, మానసం
బున శివునెంచి, దేవ! శుభమూర్తి! భవత్కృప నాయఘంబు లె
ల్లనుమటుమాయమయ్యెఁ బ్రజలన్ దయఁ జూడుము పార్వతీపతీ
చనువున నన్ను నేలుమని స్నానము సేయఁగనేగె గ్రక్కునన్. 98

క. లలనా శిరోలలామం
బలరుచుఁ బసుపునను జలకమాడి తలిర్చెన్
దలమీఁది చెట్లు కురిసిన
లలితసుమ పరాగమున వెలయు లతికయనన్. 99

మ. ఉరు హారిద్రపుఁజీరసాంధ్యరుచిగా నొప్పార, నానందవి
స్ఫురితంబైన మొగంబు రక్తమయమై సూర్యప్రభంబోల, శో
క రసాధీనజనాళి పుల్గుల క్రియం గాంక్షన్ మొఱల్ పెట్టఁ దా

సరసీరాజమహాబ్ధికై చనియె విస్ఫారీభవన్మూర్తియై. 100

గీ. అశ్వపాలుండు గొనిపోవ నల్లబాలు
నదినిగాంచి, మనోహర నాట్యమొప్ప
మెల్లమెల్ల నొయారంబు మీఱఁ గదియు
బాల హరి లీల జనులతోఁ బడఁతియరిగె. 101

వ. అంత నంతరంగ ధ్యానాధిక్యంబునం జేసి. 102

మ. తన దేహంబును, భూమియున్, దివము, మార్తాండుండు, నాశాచయం
బును, వృక్షమ్ములుఁ, బక్షులుం, బ్రజలునుం, భూధ్రంబులున్, సర్వ
మున్ దనకుం దోఁపవ; యెందుఁ జూచిన నుదాత్తంబైన తద్భక్తికా
రణమైయొప్పఁగఁదోఁచు శంకరజలప్రాయాంగసాంద్రద్యుతుల్. 103

సీ. కన్నెట్టువారిన ఖరకరోదయకాల - మల్లనమ్రింగు జాబిల్లియనఁగ
జ్వలదగ్ని శిఖలపై నెలనవ్వుతోఁ బోవు - ధాత్రీ మహాదేవి తనయ యనఁగ
కెందామరలబారు సుందరమగు లీల - నల్లనల్లనఁ జొచ్చు నంచ యనఁగ
కాల మహాస్వర్ణ కారకుం డగ్నిలోఁ - గరఁగించు బంగారు కణికయనఁగ

గీ. ప్రళయ కాలానల ప్రభాభాసురోగ్ర - రంగ దుత్తుంగ భంగ సంవ్రాతములకుఁ
గలఁక నొందక, దరహాస మలర, మంద - మందగతిఁ బోయి, చొచ్చె నమ్మగువ
నీట. 104

గీ. ఇచట నస్తమించి యినుఁడు పశ్చిమగోళ
మందు వెలుఁగు గాదె యట్టెదేవ

భువనమునను౹ బొలుచు ముసలమ్మ యాంధ్రభా
షాభిరంజనిం దయ౹గను౹ గాత. 105

మ. శివమై, చిన్మయమై, యఖండమయి, యర్చిష్మంతమై, నిత్యమై,
భవపాథోనిధినావయై, మునిజనప్రాణంబునై, యద్భుతా
ర్ణవమై, నామవికారరూపరహిత ప్రాశస్త్యమై, వెల్గు వి
ష్ణు విరించీశ్వరనాథతత్త్వము మమున్ శోభిల్ల౹గా౹ జేయుతన్. 106

మ. ఇది కట్మంచి నివాసు౹, డార్యజన మైత్రీచ్ఛాభిరాముండు, ధ
ర్మదయాశోభిత పాకనాటికుల సుబ్రహ్మణ్య పుత్త్రుండు, దు
ర్మదదూరుండును, ప్రీతబంధు౹డవు రామస్వామికిన్ స్వీకృతుం,
డుదితామోదముమై రచించె విహితప్రోత్సాహ సాహాయ్యు౹డై. 107

మొదటికూర్పునకు ముఖపత్త్రము

చెన్నపురి క్రైస్తవకళాశాలకుం జేరిన శ్రీమదాంధ్రభాషాభిరంజనీ సమాజమున౹ దత్పోషకులగు రాజశ్రీ, సమర్థి రంగయ్యసెట్టిగారిచే నూతనముగ స్థాపింప౹బడిన బహుమానకావ్య పద్ధతి ననుసరించి ఈ కావ్యము రచియించితిని. ఇయ్యది పారితోషికమునకు౹ దగినదని యామోదించినందులకు వారి కనేక వందనము లర్పించుచున్నా౹డను.

ఒకానొక త్రిలింగదేశీయునిచే వ్రాయబ౹డి బ్రౌన్ దొరగారిచే౹ బ్రకటింప౹బడిన 'అనంతపుర చరిత్రము' అను గ్రంథమునుండి యిందలి కథం గైకొంటిని. అయినను గొన్నియెడల రసాధిక్యమునకై నూతనకల్పనలు చేసినా౹డ.

అనంతపురమునకు సమీపమున బుక్కరాయ సముద్రము నేటికి ఉన్నది. ఆ యూరి చెఱువుకట్టకు 'ముసలమ్మకట్ట' యనియే పేరు. అచ్చట నేటేట

జనులందఱుఁ బొంగళ్ళుపెట్టుచు ముసలమ్మను గ్రామదేవతగాఁ గొలుచుచున్నారు. ఆ పల్లెలో నీ విషయమైన శిలాశాసనమున్నదఁట. ఈ గ్రంథము రచియించుటకు బూర్వమే నాకీ సంగతులు తెలిసియుండిన నే నచ్చటికి బోయి సర్వమును జూచి తత్ ప్రదేశస్వభావవర్ణన మిక్కుటముగఁ జేసియుందును. అనంతపురములోఁ గొన్ని సంవత్సరములు నివసించిన నా మిత్రులగు నారాయణస్వామి నాయనగారి యింట నే నీపుస్తకమును జదివినప్పుడు వారే తద్గ్రామ సంబంధ విషయములం జెప్ప నా కపరిమితాశ్చర్యమైనది.

ఈచిన్ని పొత్తము ముఖ్యముగా స్త్రీలకొఱకుఁ జేయబడినది. వారి కుపయుక్తముగా నొప్పినయెడల నా ప్రయాస సఫలతనొందినట్టే.

ఈ కార్యమును నేఁ జదువగా విని కొన్ని తప్పుల సవరించినందులకు బ్రహ్మశ్రీ, కొక్కొండ వెంకటరత్నము పంతులుగారికిని, ముద్రాపణకార్యమును నిర్వహించిన మామక మిత్రులగు కందుకూరు మల్లికార్జునాచారిగారికిని, వందనము లర్పించెదను. మఱియు నెన్నఁడు నన్నుఁజూచి యెఱుఁగనివారయ్యు మల్లికార్జునాచారిగారి ప్రేరణచే విశేష కాలవ్యయమున కోర్చి యీ గ్రంథమును శ్రద్ధతోఁ జదివి యనేక విషయములను సూచించిన దయాశాలురగు బ్రహ్మశ్రీ దుర్భా సుబ్రహ్మణ్యశర్మగారికి మత్కృతజ్ఞతాసూచక నమస్కారములు. పదిమందికిఁ దెలియునట్లు నివేదింపఁ దరుణమబ్బినందున కెంతయు సంతసంబయ్యెడి.

ఆర్యులారా! నేను నిశ్చయముగఁ బండితుఁడనుగాను. మరి పామరుఁడను. బాలుఁడను కావున, నిం దెవ్వియేని దోషములున్నఁ జూపి ననుంగృతార్థునిఁ జేయ మీ రెల్లరుఁ బ్రార్థితులు.

ఇట్లు విన్నవించు

సకలజనవిధేయుఁడు,

కట్టమంచి రామలింగారెడ్డి

మద్రాసు,

క్రైస్తవ కళాశాల

మార్చి, ౧౯౦౦

ఉపక్రమణిక

క. శ్రీమత్కటుమంచీ పుర
ధామా! శుభనామ! దేవతాకోటి కిరీ
టామల పాదాంభోజా!
కామాక్షీ సహిత! సౌఖ్య కర! బాల్యేశా. 1

ఉ. శ్రీలఁ జెలంగు లోకముల సృష్టి యొనర్ప విరించియై, తగం
బాలన సేయ విష్ణువయి, వాని లయింపఁగ శూలపాణియై,
లీల సరస్వతిన్ గలిమి లేమను బార్వతిఁ గూడి వెల్గు ది
వ్యాలఘు శాంత తేజము జనౌఘమహార్తి హరించుఁ గావుతన్. 2

ఉ. శ్రీల నొసంగె యక్షున, కరిప్రకరంబుల భండనంబునం
గూలఁగ నేయఁ జక్రమిదె కొమ్మని శ్రీహరి కిచ్చె, నిచ్చె గౌ
రీ లలనా లలామకు శరీరము నం దొక యర్ధ, మిచ్చె గో
పాలున కన్యభాగ, మిటు బాపురె సర్వముఁ గోలుపోయియున్. 3

గీ. సకల జగములకును సాక్షియై, కర్తయై,
విభుఁడు నై, శివుండు వెలుఁగుఁగాదె;
యిల్లు లేని వాని కెల్ల గృహమ్ములు

నొంత మయ్యె ననెడు సూక్తి దోఁప. 4

ఉ. ఏమనుజున్ దలంతు రిల సెల్లరు నేమియు లేని వాఁ డటం
చా మనుజుండ సర్వము సమగ్రము గాఁ గల వాఁ డటంచు నే
స్వామి నిజైక చర్య జనసంతతికిం బ్రకటించు, వాని, లో
కామల సద్గురుం, గొలుతు, నద్రిసుతాహృదయేశ్వరున్, హరున్. 5

సీ. అంచ తేజీ నెక్కి యలరు సామిని జేరి - చదువుల గొంతియై చాల వెలిఁగెఁ
జిలువల యెకిమీని సెజ్జఁ బండెడువాని - చెలువయై కలుముల చేడె యయ్యె
గిత్త తత్తడి రౌతు కేల్గేలఁ గీలించి - బుత్తి ముత్తుల నిచ్చు సత్తి యయ్యె
ముగురు సాములకు మొదలింటి వెలుఁగయి - యట్టిట్టి దనరాని యవ్వ యయ్యె

తే. నచలసంభూత, సదయ హృదంబుజాత - నిర్గుణోపేత, పరిపూర్ణ, నిత్యపూత,
వాఙ్మనోతీత, సుగుణసంపత్సమేత - పార్వతీమాత, మదభీష్ట వరము లీత. 6

క. అమ్మా! మీకృప నేఁ బ
ద్యమ్ముల రచియింపఁ గడఁగి, తప్పొప్పుల భా
రమ్మొడి గట్టెద మీ కన
యమ్మును నను బ్రోవ వమ్మ, మభవునికొమ్మా. 7

శా. ప్రాహ్ణంబందు నభంగశోణమయతన్ బ్రహ్మన్ విడంబించి, మ
ధ్యాహ్ణంబందుఁ బ్రచండదీధితుల రుద్రప్రక్రియంబొల్చి, సా
యాహ్ణంబందు ననంతశాంతత ననంతాధీశునిం బోలి, స
ర్వాహ్ణంబుల్ వెలుఁగొందు భాస్కరుఁ ద్రిమూర్త్యాత్ముం మదిన్నిల్పెదన్. 8

క. ఇలలో స్వచ్ఛందంబుగ
మొలచిన యే శాకమైన భుజియించి, తపం
బులు సల్పుచు దారుణ వన
ముల నుండెడు పెద్దలెంత పుణ్యాత్ములో. 9

గీ. కవికులబ్రహ్మఁ దిక్కన గణన చేసి,
సూరనార్యుని భావంబు సొంపుఁ బొగడి,
వేమన మహాత్ము సహజ విద్యా మయాత్ము
మ్రొక్కి, కవన మొనర్పంగఁ బూని నాఁడ. 10

మ. తనరన్ రంగయ సెట్టిగారు కవితా ధారానుమోదాత్ములే
చిన రీవిం బహుమానకావ్యముల నీ శ్రీయాంధ్ర భాషాభిరం
జనినిం గోరిరి చేయ, నట్లగుట నస్మచ్ఛక్తికిం దీటుగా
నొనరింపంగఁ గడంగినాఁడ విహితప్రోత్సాహతన్ గబ్బమున్. 11

సీ. ఆ ప్రొద్దు కూటికి నమ్మరో యనుచుండు - నట్టి బీదల యింట నవతరించి
పాలివారందఱుఁ బగఁగొని యొనరించు - కుటిల కృత్యంబులఁ గ్రుంగకుండ
దైవంబునే నమ్మి దైవారెఁ దుదకు న్యా - యస్థానవాదియై యలరెఁ జాలఁ
గార్వేటి నగరాది గంభీర సంస్థాన - ములకెల్ల నొజ్జయై పూజ లందె

తే. నేకపత్నీవ్రతస్థుఁ, డహీనగుణుఁడు - శారదేందు ప్రభా తిరస్కార కీర్తి,
కట్టమంచి సుబ్రహ్మణ్య ఘనుఁ డతండు - తండ్రి గానొప్పు నెంతయుఁ దనరినాఁడ.
12

క. భారత భాగవ తోజ్జ్వల

వారిధి గత సార పద్య వరమణి చయమున్
హారముగఁ గూర్చె నెవఁడా
సూరిని మజ్జనకుఁ దలఁచి చూడుఁడు నన్నున్. 13

అంకితము

క. ఎవ్వఁడు ప్రియమిత్రుఁడు నా,
కెవ్వండు సమీపబంధుఁ, డెవని మొగము లే
న వ్వలర లేక చూడనొ,
యెవ్వఁడు విధి లేక విడిచి యేగెనొ దివికిన్. 14

క. అతఁడు రఘునాథా హ్వయుఁ
డాతత గుణశాలి, యతని కర్పించెద; హా!
వ్రాఁత! యదెట్లగు? నీకృతి
నాతని యాత్మకు నొసంగ నౌ; నింతియపో. 15

క. విస్తార హార సన్నిభ
నిస్తంద్ర యశో ధవళిత నీలగళ గళా!
శస్తాఖిల గుణ సహితా
ర్యస్తుత! రఘునాథరెడ్డి యాత్ముఁడ! వినుమా. 16

ముసలమ్మమరణము

క. శ్రీలాలిత వసుధా నా
రీ లలిత లలాట తిలక రీతిని ధన ధా
న్యాళిఁ బొలుచు నొక పల్లియ
చాలంగా బుక్కరాయసంద్రం బనఁగన్. 17

సీ. చెఱకుఁ దోఁటలఁ జొచ్చి కొఱికి పాడొనరించి - దొరలట్లఁ బోవు పందుల గణంబు,
సెంద్రకాయల కొఱ కేతెంచి గుంటిపై - మెక్కి కూసెడు గుంట నక్క గములు,
బడుగు బక్కలు గాక కడుపారఁ దిని పంది - గున్నలతో రాయు గొఱియ పిండుఁ,
బొలముల లేఁ బచ్చికల మేసి చియ్యచే - నిగనిగ లాడు గో నికరములునుఁ,

తే. గలకలారావములు మీరఁ గలిసి జొన్న - చేలపైవ్రాలు గువ్వల చెలువుఁ, గలిగి
పైరు పచ్చల నొప్పు నా పల్లె, చెఱువు - నిండి నీరంబు లొసఁగుచు నుండ
నెపుడు. 18

వ. ఆ యూరి చేరువ 19

మ. చలదుత్తుంగ మహోగ్రభంగపటలీ సంఘట్టనారావ, ము
జ్జ్వల కూలాగ్రనటత్తరంగవ, మంచన్మధ్యభాగ్భూమి భృ
త్కులసంపాతి మహోర్మికానికర నిర్ఘోషంబునుం, గూడఁగా
నలరున్ ఘోరసరస్సు దిగ్విదళన వ్యాపార పారీణమై 20

చ. కడవల ముంచి వంచిన ప్రకారము, మన్నును, మిన్ను నేక మ
య్యెడు గతి, రేవగళ్లు నొకటే విధమొప్పఁగ, నాకసంబు తూఁ
టిడెనొ యనంగ, బల్పిడుగు లెక్కడఁజూచిన రాలుచుండఁగా
సుడిగొని గాలియున్ విసర, జోరని వాన లొకప్డు వచ్చినన్ 21

శా. ఆ లాగుంగని రెడ్లు రైతులును దా మాలోచనల్ చేసి "యే
కాలం బందును నిట్టి వానల వినం గానంగ లేదెవ్వరున్
ఏలాగో మన మేమి చేయఁగల" మం చెంతేని భక్తిన్ వడిం
"బోలేరమ్మకుఁ బొంగలో" యనుచు సమ్మోదించి చాటించినన్ 22

క. నల్లని కోళ్లను బొట్టే
ళ్ళెల్లరుఁ గొని మగలఁగూడి యే తెంచిరి యా
పల్లియ కొమ్మలు మిక్కిలి
జిల్లను నా గాలి తనులు చిలచిల వడఁకన్ 23

క. పొంగళ్లు దిగిన తోడనె
రంగుగ బలులిచ్చి, పళ్ళెరమ్ముల తళియల్
వొంగారఁగఁ, బూజారు ల
నంగారిశుభాంగి వర్ణనల్ చేసిరొగిన్ 24

క. కరిముఖ విశాఖ చండీ
శ్వరభైరవ వీరభద్ర భవ్య కిరీట
స్ఫుర దురు మణిగణ తేజో
భరభాసిత దివ్యపాదపద్మా! కాళీ! 25

గీ. తల్లి! నీకుఁ గోటి దండంబు లర్పించి
భక్తి విన్నవించు వార మమ్మ
యాలకించి వేగ నాదరింపుము మమ్ము
జాగు సేయుట కిది సమయ మౌనె? 26

ఉ. ఇంతకొ యింకఁ గొంతకొ యహీనతరంగ భుజాగ్ర దర్పదు
ర్దాంతతఁ గట్టఁ ద్రెంచి, పటుదంత విఘుర్ణణపీడ మానసా
క్రాంతమహోగ్రకోపశిఖి గల్లు నురుంగు మొగంబు నిండఁగా,
సంతత సింహనాదము విశాల వికార శరీరముం దగన్ 27

గీ. రక్కసుని మాడ్కి మమ్మెల్ల నొక్క గ్రుక్క
గొనఁగ మారి మసంగి నట్లైనసివచ్చు
నీ చెఱువు బారినుండి మమ్మెల్ల నెట్లు
శుభముగా నేలుకొందువో చూడవలయు 28

క. అమ్మా! నేఁటివఱకు మము
ముమ్మరమగు కూర్మిఁ బెనిచి మురిపెంబఱ నేఁ
డిమ్మాడ్కిఁ జెఱువు వాతం
జిమ్మఁగ మనసెట్లు వచ్చుఁ జెప్పుము తల్లీ! 29

వ. అనునంత నాకాశవాణి 30

క. బసిరెడ్డికిఁ గడ కోడలు
ముసలమ్మ యనంగనొప్పు పుణ్యాంగన తా
వెస బలిగాఁ బోయిన మీ
కిసుమంతయుఁ గష్టమెన్నఁడేలా కలుగు\న్? 31

క. అని తెగ నాడిన మాటలు
విని విస్మయశోకతాపభృత భావముతో
మనములఁ బొంగిన దుఃఖము
కనుల వెడలె ననఁగ నశ్రుకణము లొలుకఁగాన్ 32

క. మన మొండు తలఁప దైవం
బున కామోదంబు లేక పోయెనుగద! బా

విని ద్రవ్వఁ బోవ లేచెం

బెను భూతం బనెడు మాట విశదం బయ్యెన్ 33

క. సుదతీమణి, కడుమెత్తని

హృదయంబును గలది, పసిది, యేమియెఱుఁగ, దా

పదలం బడ దెన్నండును,

హృదయేశుని విడిచిపోవ నెట్లోపునొకో 34

వ. అనుచు వగచు జనంబులతోఁ గొందఱు గద్గద కంఠంబున నిట్లనిరి. 35

క. హృదయముల వగలు నెగయఁగ

నిది యేమిటి? పెట్టికూఁత లేలాకూయ\న్?

మది నుబ్బి నీరి కుఱకక

పదివేల విధాలఁజెప్ప బాల నిలుచునే! 36

చ. గుడిసెల మూఁటిఁ బీఁకికొని కొండొక చోటికిఁబోదమన్న "నీ

యెడ విడనాడమీకుఁదగునే" యని పల్కదెయాపె? యయ్యయో

చెడెఁజెడెఁ గార్య; మూరఁగలచెల్వము మాసెను; ముల్లుదీసి కొ

ఱ్ఱడిచెను గాదె దేవి? యిఁక నయ్యెడు శోకము చెప్పఁదీరునే! 37

సీ. లేఁగ మై నాకుచు లీలమై మెడ మలం - చిన గోవుఁబిండెడు వనరుహాక్షి

బొండుమల్లెలతోఁటఁ బువ్వులు గోయుచు - వనలక్ష్మి యననొప్పు వనజగంధి

బీదసాదలనెల్ల నాదరించుచుఁ గూడు - గడుపారఁ బెట్టెడు కన్నతల్లి

వ్యాధిబాధల నెవరైన నడల ఔష్ప - వేయక కాచెడు వినుతచరిత

గీ. బిడ్డలెల్లరుఁ దమవారి విడిచిచేరఁ - జంక నిడికొని ముద్దాడు సదయహృదయ

అమ్మ! నీకిట్లు వ్రాయంగనౌనె బ్రహ్మ - కనుచు నూరివారందఱు నడలియడిలి. 38

సీ. అత్తమ్మకొంగు నన్వహము బట్టికొని తా - తిరుగుచుండును బిడ్డకరణి బాల

తనవారు పెఱవార లను భేదమేలేదు - హృదయ మన్ననో యప్పుడెత్తువెన్న

యేవేళఁ జూచిన నెలనవ్వులేకాని - చిడిమిడి పడ దెంత యుడుకు లున్నఁ

దనముద్దుమోముఁ జూచినఁజాలు హృదయ తా - పంబెల్ల నప్పుడె పాఱిపోవు

తే. నహహ! మామపైఁగలభక్తి, యాత్మవిభుని - మీఁది మక్కువ, మఱఁదుల మీఁదికూర్మి,

ప్రజలమీఁది వాత్సల్యంబు, బ్రహ్మకైనఁ - జూప శక్యమే వేఱొక్క సుదతియందు. 39

చ. అదియును గాక ఈమె మగఁడాత్మ సహోదరుఁడట్ల మమ్ముఁజూ

చు; దినముతప్పె నేనియును సువ్రతనెన్నఁడు బాయఁ; డాతఁడిం

కఁదనమనంబు శోకశిఖి కాఱియ వెట్టఁగ గుండె చీలఁగా

మదికొకటైనఁ దోఁప కతిమౌనముతో నొకమూలఁజేరఁడే? 40

చ. అహరహమున్ దదుజ్జ్వల కరాబ్జకృతాఖిల సౌఖ్యపాలికా

సహితుఁడు, తన్మనోవిభుఁడు, చంద్రముఖిన్ గులకాంతఁబాసి దు

స్సహతర దుఃఖ హవ్యవహ చండతరోగ్ర శిఖాపరంపరం

బహువిధబాధలం బొరల, వానిఁ గనుంగొను టెట్లొ యీశ్వరా! 41

వ. అనుచు సమస్త జనంబులుఁ బురపురఁ బొక్కు సమయంబున 42

గీ. తనకుఁ గడుఁగూర్చు ప్రజలకై తాను వేగఁ

బ్రాణముల్ వీడ సంతసపడియు బాల
మగని నత్తను మామను మఱఁదుల మఱిఁ
గలజనమ్ముల విడిచిపోఁ గాళ్లురాక, 43

క. లేనగవును గన్నీళ్ళును
గా, నెద తటతటయనంగఁ గాంతుని యెదుటన్
వానయు నెండయుఁ గలసెడు
చో నొప్పెడు నభమనంగ, సుందరి నిలిచెన్. 44

వ. నిలిచిన నతండు వచ్చిన కార్యమేమని యడుగుటయు, 45

చ. అసమచరిత్ర! భూమి, జలమందును, నగ్నిని, గాలిలోన, నా
కసమున, మీకు గోచరము కానివిలే; వయినన్ మదీయమా
నసమును నేన చెప్పఁగ వినం గడు వేడుకపుట్టెనొక్కొ మీ
కు? సతుల మాటల న్వినఁగఁ గోరుట భర్తల రీతియే గదా! 46

క. అని, పూస గ్రుచ్చినట్లుగ
వనితామణి దెలిపె దేవి వార్తలరీతిన్,
జనముల కష్టము చందమున్
దన పూన్కి తెఱంగు, వినయ తత్పరమతియై. 47

వ. పిట్ట పిడుగున్నట్టుండి శ్రవణరంధ్రంబుల విదారించిన వడువునఁ
గర్ణకఠోరంబులై, నిజమృదులతర హృదయ పుటవిభేదనకారణంబులగు
మార్గణంబులై, వీతెంచిన యాయోషామణి భాషణంబులచేఁ దన మనంబు

తామరపాకునందలి జలబిందువుం బలె నల్లలనాడ, నుల్లంబు జల్లన,
మూర్ఛవోయి, కళదేఱి, యన్నిటికి నీశ్వరుండు గలండని ధృతివహించి,
దీర్ఘనిశ్వాసపూరిత ముఖుండయ్యెను, చలింపని యెలుంగేర్పడ నతండిట్లనియె.
48

గీ. ఎంతమంచి మాటలు పల్కితేమిచెప్ప!
యింత కఠినచిత్తము నీకు నెట్లుకలిగె?
తెలిసి తెలిసి నన్నిట్టులు పలుకఁ దగునె?
పడఁతి! నీవు లేకున్న నే బ్రతుకఁ గలనె? 49

క. నినుమాని నిముస మేనియు
వనజానన! యుండఁగలనె? ప్రతిన నెఱపఁగన్
జనఁదలఁచితేని, నన్నున్
గొనిపో నీవెంట, నిపుడ గోరిక వత్తున్. 50

క. అది గాని నాఁడు, సేమ
మ్మొదవఁగ నీయూరు విడిచి యొండొక యెడకే
గుద మది మేలుగదా మన
కుఁదగన్ గాఁపులను గూడి గొబ్బునఁ దరుణీ! 51

గీ. నోరునొవ్వఁ బల్కఁగనేల? సారసాక్షి
వినుము ననుఁ జంపినను నీకు ననువుగాఁగ
నాజ్ఞయొసఁగ నేనొసఁగ; నీవలుగ వలవ
దింతి నాముద్దు చెల్లింపవేని విడువ. 52

వ. అనిన నయ్యింతి చింతాక్రాంతయై, "కట్టా! యెట్టిమాటల విననయ్యెఁ! బ్రాణేశ్వరుని పలుకులు వినవిన బాలసూర్యోదయమ్మున విఱుగుమంచువోలె మన్మనోనిశ్చయము కరుగుచున్నది. ఇక నీశ్వరుఁడే నా హృదయమున ధృతినూరఁ జేయుచుండవలయు" నని చింతించి, ధైర్యం బవలంబించి, యా శుకవాణి తిన్నని యెలుంగేర్పడ నించుక కఠినంబుగా నిట్లు మందలించె. 53

గీ. ఎఱిఁగి యెఱిఁగి మీర లీరీతి వాక్రువ్వ
సంతసించితిరి ప్రశస్తభంగి!
మిమ్ముఁ జెప్పనేల? మీఱి నేనొడిఁ గట్టి
కొన్న పాపఫలముఁ గుడువకగునె? 54

ఉ. పెద్దలనాఁటినుండి కడు వేడ్కవసించిన యిండ్లవీడుటల్
వృద్ధులఁ దల్లిదండ్రులను వీధినిడించి చనంగఁ జూచుటల్
ముద్దుల సోదరుల్ వగవ మోదముతో సతిఁగూడి పోవుటల్
గద్దఱికంబొ కాదొ మదిఁ గాంచుఁడు పేఱుగఁ జెప్ప నేటికిన్. 55

శా. హేయంబైన ప్రపంచసౌఖ్యములు మిమ్మేలాగునంగట్టె? నా
థా! యత్యద్భుతమయ్యెఁ; సంతతము నేదైవంబుగాఁ గొల్చు మీ
రే యిట్లాడిన నేమిచెప్పనగు? నన్నీసారికిం "బోయిరా
వే" యంచుందయఁ బంపవే; గుణనిధీ! యేనిన్నుఁ బ్రార్థించెదన్. 56

వ. అని వెడవెడ శంకవొడమ వెండియు నిట్లనియె. 57

క. ఇది తగు నిది తగదని మీ
కుఁ దెలుప రాలేదు నేను గ్రొవ్వి మహాత్మా!
మది మీకుఁ గోపమయ్యెడు
నదియైన నెఱుంగఁ జేయుఁ డణఁగెద నింతన్. 58

క. అనినం జిఱునవ్వాన
మున మొల కెత్తంగ నతఁడు పోలుసె నీకి
ట్లనఁ బల్లంతైనను నిను
వనజానన! యెన్నఁడైన వారించితినే? 59

వ. అని సకరుణంబుగాఁ బలికిన నబ్బాలయుఁ బ్రత్యుత్తరంబునకొక లేనవ్వుఁ బ్రచురించి యిట్లనియె. తాతముత్తాతలనుండి తర తరంబుగ వచ్చిన యిండ్లు వాకిండ్లు విడువఁబాడికాదు. అట్లు కాదని విడిచిపోయినను మేలులేదు. 60

గీ. తిండియెట్టులు? నీళ్లెట్లు? తిరిపమునకు
నమ్మరో యని యిల్లిల్లు నరుగఁ గలరె?
ఎవ్వరిత్తురు నేల? మీకెట్టు లిండ్లు?
చావరే పసిబిడ్డ లీసంకటముల? 61

క. నిలిచిన వారును దుఃఖం
బుల మునుఁగరే? యాకలముల భుజియింతురే? వా
రల కేలా యీ యిడుములు
లలితంబుగఁ బంపుఁడునను లాభము కలుగున్. 62

క. కుడువను గట్టను దొరకక
కడు వగలం బొగలు జనులఁ గాంచెదవా? యీ
పుడమికి భారంబగు న
న్విడనాడఁ దలంతువా? వివేకనిధానా! 63

వ. మఱియు దేవా! భవత్కృత పద్యంబులు కొన్ని గలవు. అవధరింపవలయు. 64

గీ. తనకు దేవుఁ డిచ్చిన శక్తికనుగుణముగ
నన్నదమ్ములు నాఁదగు నఖిలజనుల
కలఁక నేనాఁడు దీర్పంగఁ దలఁపఁడేని
పుట్టనేల నరుఁడు మఱి గిట్టనేల? 65

క. జనులకు మేలొనరింపని
తనువేలా? కాల్పఁదగదొ? తానొక్కండై
తన వార లడల నేలా
గునఁ దలయెత్తికొని తిరుఁగ గూడు నరునకు\న్? 66

వ. అని మఱియు. 67

గీ. మీరు కన్నారఁ జూచుచు గారవింపఁ
గన్ను మూసికొనుట నాకు ఘనము కాదొ?
తమకుఁ దమభార్య యిటుచేసెఁదగుఁదగునని
యెల్ల వారును వర్ణింప నింపుకాదొ? 68

వ. కావున నాథా! ప్రసాద బుద్ధిం దేజిచూడపేయని విన్నవించిన నా సన్నుతాంగిఁ
గాంచి యతండిట్లనియె. 69

క. జనకుల నన్నల విడువం
జనదనియును, నూరు విడువఁ జనదనియును, నా
కెనయం దెల్పితివి గదా
వనజానన! సతిని విడువ వచ్చునె చెపుమా. 70

వ. అని యుల్లసమాడి యొక్కింత చింతించి యిట్లనియె. 71

గీ. నీవు చెప్పినదెల్లను నిక్కువంబ
యయిన మనమున కారాట మయ్యెఁ దరుణి
యింతయే కాని యచ్చెరు వింతలేదు
మున్ను తలఁచినదే నేఁడు మొనసెఁ గాన. 72

క. విను ఇచ్చకంబులాడను;
జను లెల్లరు నాడుకొనెడు సంగతి; మాకం
టెను నీవు నూఱు మడుఁగులు
ఘనతరవని బుద్ధి భక్తిఁ గారుణ్యములన్. 73

క. తెలియును నాకునునీవ
న్యులఁబోల వనియును, గొప్ప యొప్పిదములకున్
నెలవ వనియు, నే నీకుం
జలజానన తగననియును సత్యము గాఁగన్. 74

సీ. అరుణోదయ చ్ఛాయ లాకాశ పథమున - నంభోధరముల పేటాడువేళ
మార్తాండ చండాత పార్తికి ననిలముల్ - పొదరిండ్ల గుసగుసల్ వోవువేళ
సాయాహ్నలక్ష్మి కసూయ కలుగు భూమి - తళుకు విరుల చీరఁ దాల్చువేళఁ
బండువెన్నెల ఱేఁడు కొండపైజలజల - మని పాఱు నది తాన మాడువేళఁ

తే. గల మనోహరాకృతులెల్లఁ గాంచి నీవు - చొక్కి మ్రొక్కు నిక్కుం గాంచి "యొక్కనాఁడు
మమ్ము మోసపుత్తు" వటంచు మదికి నవ్వు - డపుడు దోఁచు; నయ్యది నిజ మయ్యెనేఁడు. 75

వ. అనుచుఁ జెప్పుచుఁ బోవుచుండు బ్రాణకాంతునిఁ గాంచి, యయ్యో నేఁడెట్టి వియోగంబు కల్పింపఁబడె నని చింతించి, మనసున గట్టి పఱచుకొని, లేని కోపంబు మొగంబున మెఱుంగుఁదీఁగవలె వచ్చుచుఁ బోవుచుండ మందహాసకందళితసుందరవదనార విందయై యా సుందరి యిట్లని మందలించె. 76

గీ. చిఱుతనుండి మిమ్ము సేవించుటయకాని
నోరు తెఱచి యడుగ నేరనెద్ది
"యేమి యడుగ" వనుచు నెన్నియోమార్లు మీ
రలుకఁ గొంటి; రిప్పు డడుగ, నీరు. 77

గీ. అనుచుఁ జిఱునవ్వు నవ్వి, యాతని కరంబు
గేలఁ గీలించి, పెదవికి లీలనెత్తి,
"పలు పలుకులేక నేఁబోయి వత్తు" ననిన

మౌనముగనుండె నాతండు మాఱులేక. 78

వ. అంత నక్కాంతయు నయ్యది యాజ్ఞగాఁగొని, యంతకుఁ బూర్వమే యచ్చోటికి వచ్చి ప్రతిమలవలె నిలచి వినుచున్న యత్తమామ లకు మ్రొక్కి, మీ కుమారుని వచనంబులు వింటిరిగాదె మీ చేత ననుజ్ఞాతనైకదా పోయిరావలయును? ననినఁ గుములుచుండిన శోకాగ్ని గుప్పున ప్రజ్వరిల్ల వార లిట్లనిరి. 79

శా. కట్టా! యక్కటికంబు లేక మముఁ జక్కంజేయ మాప్రాణమౌ
పట్టిం గట్టిఁడి రీతి బాల్యముననే పాపఁ బ్రయత్నించితీ
పెట్టూ? యేఁట నొసంగు పొంగళుల నీ వేలాగునన్ మ్రింగితీ?
పెట్టూ నేఁటికి నెత్తిఱాయి వయితీ? పేమందుమో దైవమా! 80

వ. అని తమ కోడలి నుద్దేశించి. 81

గీ. చీకు ముసలి వారి చేయి విడనాడ నీ
కెట్లు మనసు వచ్చె? నేమి చెప్ప
భక్తి మాకు నింకఁ బరిచర్య సేయు వా
రెవరు? చెప్పు మాకు నేది గతియొ? 82

గీ. కనులు లేని మాకుఁ గన్నును నూఁతకో
లయును నీవ మా తనయులకంటెఁ
గూర్తు మాకు ముద్దుకోడలా! నీవు లే
నట్టి యిల్లునిల్లె? యడవిగాక. 83

వ. అనుచు. 84

చ. వెడవెడబాష్పముల్ గురియు వృద్ధజనంబులఁ గాంచి యెల్లరుం
గడుపున గంపెఁ డగ్నిపడి గాసి యొనర్చినభంగి నేడ్వఁగాఁ
దడఁబడ మానసంబు వనితామణిదైవమ యేమి చేయుదున్
గడుఁబసినాఁటఁగోలె ననుఁ గాచిన వీరిని నెట్లు వీడుదున్. 85

క. పుట్టియుఁ బుట్టక మున్నే
కట్టిఁడి గతి జనని జనకుఁ గ్రమమున దైవం
బట్టే మ్రింగినఁ దమ సుత
నట్టుల ననుఁ బెంచిరి గద యగునే విడువన్. 86

గీ. అయిన నాచేయు కార్య మీ యఖిలమైన
వారికిని, వీరికిని, శుభం బారఁజేయు
వీరికై విడువక మేను పెంచి పెంచి
యేమి చేయంగఁ బ్రొయిలోన నిడనెయంచు. 87

వ. తలపోసి, తిన్నని యెలుంగేర్పడ నయ్యిందువదన యిట్లని విన్నవించె. 88

గీ. కొడుకులెల్లరు రాములు, పుడమి తనయ
లెల్ల కోడండ్రుఁ, దక్కువ యేమి మీకు?
ఱెప్ప లక్షులఁబోలె మిమ్మెప్పగిదిని
అహరహమ్మును సేవింతు; రడల నేల? 89

వ. అని వెండియు. 90

ఉ. తల్లియుఁ దండ్రియున్ గురువు దైవము లెల్లరు మీర; మీరలే
చెల్లఁగనియ్యరేని యిఁకఁ జెల్లుసెనాదగు పూన్కి యెచ్చట\న్?
గల్లయొ సత్యమో యెఱుఁగ; గణ్యతఁదత్త్వముఁ దెల్పువేళమే
నెల్లఁ బరోపకారమునకే యనిపల్కితి; రట్లు చేసెదన్. 91

సీ. అనవిని మామ యిట్లను నమ్మ నిను దూఱ - నెంచిన వాఁడఁ గా నేను
వినుము
నీ వెఱుంగని దేది నే నెఱుంగుదునమ్మ - నీ యిచ్చ వచ్చినట్లే యొనర్పు
మనుచు దుఃఖమ్మున నానసమ్మును వాంచి - యొండు వలను
చూచుచుండెనంత
నత్తగా రడలుచు నల్లన ముద్దిడి - పోయిరమ్మని పల్కఁబువ్వుఁబోణి

తే. హృదయమున నగ్గలంబగు ప్రీతి మెఱయఁ - దనదు చిన్నారి పొన్నారి
తనయుఁ దేరఁ
బనిచి కన్నుల నొక క్రొత్త ప్రభ సెలంగఁ - జంక నిడికొని ముద్దాడి, జాలిదోఁప. 92

గీ. అన్న పోర; నీకు నమ్మ యెక్కడిదింక?
తండ్రిగారిఁ గూడి తనరు మయ్య;
నన్నుఁ దలఁచి తలఁచి నాయనా యడలంగ
వలదు; పోయివత్తుఁబంపు తండ్రి! 93

మ. అనుచున్ బిడ్డనిఁ గౌఁగిలించి తమి మూర్ధాఘ్రాణముం జేసి, యొ
య్యన, భద్రంబని ప్రాణనాథునికిఁ దానర్పించి యర్పించుచోఁ
దనకుం బట్టక వచ్చు బాష్పముల నాతం డేడలక్షించియే

డ్చునొయంచానన మొుండుదిక్కునకు నాశోభాంగిచేర్చెన్వడిన్. 94

వ. అంత మర్యాద తోఁపఁ గొంత దవ్వుల నున్న జన సంఘమ్ము నుపలక్షించి. 95

గీ. అన్నలార! మిమ్ము నడిగెద నొక చిన్న
వరముఁ దప్పకుండఁ బడయఁ గోరి,
కాదు గీదటంచు వాదుసేయక, గొప్ప
బుద్ధిచేసి యిచ్చి ప్రోవరయ్య. 96

క. నను గాఢంబగు రాగం
బునఁ, గాంచిన బిడ్డఁబోలెఁ బ్రోచిన మీకున్
పెనుకష్టము వచ్చెను, మీ
ఋణమిప్పుడు తీర్ప బుద్ధి కెంతయుఁ దోఁచెన్. 97

చ. అని మఱుమాటలాడక నిజానన మూర్వికి వంచి, మానసం
బున శివునెంచి, దేవ! శుభమూర్తి! భవత్కృప నాయఘంబు లె
ల్లనుమటుమాయమయ్యెఁ బ్రజలన్ దయఁ జూడుము పార్వతీపతీ
చనువున నన్ను నేలుమని స్నానము సేయఁగనేగె గ్రక్కునన్. 98

క. లలనా శిరోలలామం
బలరుచుఁ బసుపునను జలకమాడి తలిర్చెన్
దలమీఁది చెట్లు కురిసిన
లలితసుమ పరాగమున వెలయు లతికయనన్. 99

మ. ఉరు హారిద్రపుఁజీరసాంధ్యరుచిగా నొప్పార, నానందవి

స్ఫురితంబైన మొగంబు రక్తమయమై సూర్యప్రభంబోల, శో
క రసాధీనజనాళి పుల్గుల క్రియం గాంక్షన్ మొఱల్ పెట్టఁ దా
సరసీరాజమహాబ్ధికై చనియె విస్ఫారీభవన్మూర్తియై. 100

గీ. అశ్వపాలుండు గొనిపోవ నల్లబాలు
నదినిగాంచి, మనోహర నాట్యమొప్ప
మెల్లమెల్ల నొయారంబు మీఱఁ గదియు
బాల హరి లీల జనులతోఁ బడఁతియరిగె. 101

వ. అంత నంతరంగ ధ్యానాధిక్యంబునం జేసి. 102

మ. తన దేహంబును, భూమియున్, దివము, మార్తాండుండు, నాశాచయం
బును, వృక్షమ్ములుఁ, బక్షులుం, బ్రజలునుం, భూధ్రంబులున్, సర్వ
మున్ దనకుం దోఁపవ; యెందుఁ జూచిన నుదాత్తంబైన తద్భక్తికా
రణమైయొప్పఁగఁదోఁచు శంకరజలప్రాయాంగసాంద్రద్యుతుల్. 103

సీ. కన్నెఱ్ఱవారిన ఖరకరోదయకాల - మల్లనమ్రింగు జాబిల్లియనఁగ
జ్వలదగ్ని శిఖలపై నెలనవ్వుతోఁ బోవు - ధాత్రీ మహాదేవి తనయ యనఁగ
కెందామరలబారు సుందరమగు లీల - నల్లనల్లనఁ జొచ్చు నంచ యనఁగ
కాల మహాస్వర్ణ కారకుం డగ్నిలోఁ - గరఁగించు బంగారు కణికయనఁగ

గీ. ప్రళయ కాలానల ప్రభాభాసురోగ్ర - రంగ దుత్తుంగ భంగ సంవ్రాతములకుఁ
గలఁక నొందక, దరహాస మలర, మంద - మందగతిఁ బోయి, చొచ్చె నమ్మగువ
నీట. 104

గీ. ఇచట నస్తమించి యినుఁడు పశ్చిమగోళ
మందు వెలుఁగు గాదె యట్టిదేవ
భువనమునను బొలుచు ముసలమ్మ యాంధ్రభా
షాభిరంజనిం దయఁగనుఁ గాత. 105

మ. శివమై, చిన్మయమై, యఖండమయి, యర్చిష్మంతమై, నిత్యమై,
భవపాథోనిధినావయై, మునిజనప్రాణంబునై, యద్భుతా
ర్ణవమై, నామవికారరూపరహిత ప్రాశస్త్యమై, వెల్గు వి
ష్ణు విరించీశ్వరనాథతత్త్వము మమున్ శోభిల్లఁగాఁ జేయుతన్. 106

మ. ఇది కట్మంచి నివాసుఁ, డార్యజన మైత్రీచ్ఛాభిరాముండు, ధ
ర్మదయాశోభిత పాకనాటికుల సుబ్రహ్మణ్య పుత్త్రుండు, దు
ర్మదదూరుండును, ప్రీతబంధుఁడవు రామస్వామికిన్ స్వీకృతుం,
డుదితామోదముమై రచించె విహితప్రోత్సాహ సాహాయ్యుఁడై. 107

****

Made in the USA
Monee, IL
22 August 2025

23934425R00030